சிவார்ப்பணம்

சிவக்கொழுந்து

ISBN 979-8-89002-999-7

Ayyappan Enterprises
Address - 27, Thirumal Street, Coimbatore 641001, Tamil Nadu
Contact No. - 9894105256

அணித்துரை

குழந்தை கவிஞர் செல்லகணபதி

     குழந்தை கவிஞர் செல்லகணபதி என் அருமை நண்பர். மணி செட்டியார் அவர்களின் மகன் அய்யப்பன் என்ற சிவக்கொழுந்து எழுதிய சிவார்ப்பணம் என்னும் புத்தம் நல்ல பக்தி இலக்கியம். இறைவன் சிந்தனை மனிதன் தன்னைச் செம்மைப்படுத்திக் கொள்ளத் துணை செய்யும். பக்தியும் பக்தியால் விளையும் உள்ளத்துணிவும் வளர இவரின் எழுத்துக்கள் பெரிதும் துணை செய்வதைப் படிப்பவர்கள் உணரலாம்.

கோபத்தைக் கடந்து
வெறுப்பைத் துறந்து
எதிர்ப்பை எதிர்கொண்டு
ஆணவத்தை மறந்து
அன்பு மட்டுமே நிலைத்திட
அருள்வாய் !

என இவர் வேண்டுவதுதானே எல்லோருடைய விருப்பமும். தன்னை மறந்து அன்பு செய்யும் மனிதனே தெதைசால் பிறவியாகப் போற்றப்படுகிறான். அப்படி தெதைசால் மனிதனாக உருவாகும் ஆர்வத்தை இவரது எழுத்துக்கள் தூண்டி விடுகின்றன.

மவுனமாய் இருந்தால் மர்மம் விலகும் மனதில் தெளிவு பிறக்கும் என எழுதுகிறார். மவுனம் ஓர் பேராயுதம். மனிதனின் ஆற்றலை வளர்க்கும் துணிச்சலைப் பெருக்கும். துன்பத்தை விலக்கும்.

அடையாளம் துறப்பது உண்மையான துறவறம். பாராட்டுகள் உண்மையில்லை. உச்சியில் தூக்கி வைப்பவர்கள் கீழே தூக்கிப்போட்டு விடுவார்கள் எனும் உண்மையை உணர்ந்தால் உன்னுள் இறைவன் இருப்பதை உணரலாம் என்று இவர் எழுதுவதைச் சற்று சிந்தியுங்கள். தான் எனும் அகந்தையை செறுக்கை உடையவர்கள் தான் தனக்கெனத் தனியே அடையாளத்தைத் தேடுவார்கள். அந்த அகந்தையை அடித்து நொறுக்கினால் அன்பைப் பெருக்கினால் அனைத்துயிரும் சமம் என்பது தானே விளங்கும்.

பல்லில் சிக்கிய துகளும் கண்முன் சுற்றும் பூச்சியும் காலில் குத்திய முள்ளும் நிம்மதியை இழக்கச் செய்யும் என்பதால் மனதை உறுத்தும் சிறு சிறு சஞ்சலங்களைப் போக்க குருவை நாடினால் நல்வழி பிறக்கும் என்று வழி சொல்கிறார். நாமும் நல்ல குருவைத் தேடிப் பெற முயல்வோமே.

ஆணவத்தை அழிக்கச் சொல்கிறார். அன்பைப் பெருக்கச் சொல்கிறார். அதுவே சிவார்ப்பணம் என்கிறார். இறை சிந்தனை வழியாக நல்லொழுக்கத்தை அன்பை வளர்க்க இவரது சிந்தனைகள் பெரிதும் துணை செய்யும். இவரது எழுத்தைப் படிப்பதும் இவர் சொல்லும் இறைத்தத்துவமும் அன்பைப் பகிர்ந்து கொள்வதும்தான் மனிதனை நல்வழிப்படுத்தும். தன் எழுத்தின் மூலம் ஒழுக்கத்தையும் அன்பையும் வளர்க்க முயல்கிறார். நல்ல முயற்சிதானே. படிப்போம். பாராட்டுவோம். பண்பாளராய்த் திகழ்வோம். இவரது எழுத்துப்பணி வளர உயர வாழ்த்துவோமாக.

குழந்தை கவிஞர் செல்லகணபதி

வலம்புரி லேனா

திருநீற்றின் சிறப்பை ஞானசம்பந்தப் பெருமான் பதிக் சிறப்புறக்கூறும்.

திருநீறு முகத்தை
அலங்கரிக்கும் பொருள்
அன்று
சமயத்தின் அடையாளம்
அன்று
உண்மை உணர்த்தும் !
மனதைப்
பக்குவப்படுத்தும் !
நீ யார் என்பதனை
உணர்த்தும்
திருநீறு தரித்தால்
தெரியும் !
உனக்குள் உருவாகும் மாற்றம் !

சிவக்கொழுந்து மிகச்சிறப்பாக எளிமையாக திருநீறு குறித்து நமக்குப் புரிய வைக்கிறார்.

திருநீற்றின் சிறப்பை, நமசிவாய என்னும் மந்திரத்தை, அன்பே சிவமென்னும் ஆன்மப் பக்குவத்தை காலங்காலமாக நமது முன்னோர்கள் சொல்லி வந்தாலும், இன்னும் நாம் சொல்லிச் சொல்லியே வழிகாட்டவும், வலியுறுத்தவும் வேண்டியுள்ளது.

உள்ளத்து ஒருவனை உள்ளுறு சோதியை
உள்ளம் விட்டு ஓரடி நீங்கா ஒருவனை
உள்ளமும் தானும் உடனே இருக்கினும்
உள்ளம் அவனை உரு அறியாதே !
(திருமூலர் திருமந்திரம்)

தேவாரம், திருவாசகம், திருமந்திரம் எல்லாவற்றிலும் கூறப்படும் உன்னுள் இருக்கும் சிவனை உணர் என்கிற தத்துவத்தைப் பல பாடல்களில், மிக எளிமையான, இயல்பான மொழி நடையில் நமக்கு உணர்த்துகிறார். சிவக்கொழுந்து மௌனத்தின் சிறப்பு, பிறருக்குக் கொடுத்து உதவுதல், பிறர் மனங்களை அன்பால் வெல்லுதல், உண்மையின் வலிமை, தியானத்தின் சிறப்பு, தொண்டுள்ளம், பாவ புண்ணியம், தர்மா, பசித்த வயிற்றுக்குச் சோறிடுதல் என்று உலகியல் இன்ப துன்பங்களையும் அதற்கான தீர்வையும் கூறுகிறார்.

படித்தவன் படிக்காதவன்
பணக்காரன் ஏழை என்ற
வித்தியாசம் இங்கு உண்டு !
இறைவா நீ
உச்சியிலிருந்து
பார்ப்பதால் எல்லாம்
சமமாகவும் தெரிகிறது !
மழையைப் போல்
எல்லோருக்கும்
பொதுவாய் அருளுகிறாய் !

புதிய கோணத்தில் பார்க்கிறார் ஆசிரியர். என் அப்பனே ! ஈசனே ! எல்லோரையும் காப்பாற்று என்பதே நமசிவாய என்று நாளும் துதிப்போரின் வேண்டுகோளாக இருக்கும். அவரவர் நிலையில் அவரவர்க்கு சிறந்த வாழ்க்கை வழங்கிய இறைவனுக்கு நன்றி கூறவும் வேண்டும் என்று வலியுறுத்துகிறார்.

சிவக்கொழுந்து ஆண்டவனைத் தொழுவது மட்டுமன்றி, தியான முறைகளையும் கற்றுத் தேர்ந்தவர். ஆரோக்கிய வாழ்விற்கான சித்த மருத்துவ முறையிலும் சிறந்து விளங்குவர் சித்தர்களைப் போற்றுபவர். வாசியோகம் கற்று தினமும் கடைபிடித்து வருபவர்.

கண்டேன் கமழ்தரு கொன்றையினான் அடி
கண்டேன் கதியுரியான் தன்கழல் இணை
கண்டேன் கமலமலர் உறைவனடி
கண்டேன் கழலது என் அன்பினுள் யானே

திருமூலரின் கூற்றுப்படி சிவக்கொழுந்து சிவனைக் கண்டு மகிழ்பவர். நாமும் சிவனின் தன்மை உணர்வோம்.

அன்புடன் வலம்புரி லேனா

ஆசிரியர்
மதுமலர் – படைப்பாக்கிய இதழ்
ஆலம்பொழில் – கடித இலக்கிய இதழ்
எழிலன் – நூலகம் – புத்தகங்களுக்கான இதழ்
எழில்மீனா பதிப்பகம்
200, காளியம்மன் கோயில் தெரு,
திருவாலம்பொழில் – 613103
திருப்பூந்துருத்தி (வழி)
தஞ்சாவூர் மாவட்டம்
கைபேசி – 9894138439

அன்புடையீர்,

எனது எழுத்துக்களில் முதல் முயற்சியாக இந்த சிவார்ப்பணம் என்ற புத்தகத்தை வெளியிட இறைவன் பணித்து உள்ளார்.

ஆண்மீக நண்பர்களிடம் சென்றடைய அதற்காக தங்களது முழு ஆதரவும் தந்து உதவவேண்டும்.

ஈசன்மீது ஏற்பட்ட பக்தியால் பாடல்கள் வருகிறது. ஈசனுக்கு அர்ப்பணம் செய்வதற்காக இந்த நூலை வெளியிட உள்ளோம்.

இந்நூலில் சில இடங்களில் திரு. வெ. இறையன்பு அவர்களின் நூல்களில் இருந்து சில வரிகள் எடுத்து உள்ளேன். அது மனதை தொடுவதாய் இருந்தது.

எனது நண்பர் திரு. வலம்புரிலோன். இந்த நூல் வருவதற்கு பேருதவியாக இருந்தார். ஆரம்பம் முதல் இறுதிவரை அவரது அறிவுரை மிகவும் உபயோகமாக இருந்தது.

அணிந்து வழங்கிய திரு.குழந்தை கவிஞர் என் தந்தையின் நெருங்கிய நண்பர். அவர் அருளாசி மேலும் ஊக்கிவிக்கிறது. தந்தையின் ஸ்தானத்தில் வைத்து அவரை வணங்கி இந்த நூலை சிவனுக்கு சிவார்ப்பணம் செய்கிறேன்.

ஓம் நமசிவாய

சிவக்கொழுந்து

Address - 27, Thirumal Street,

Coimbatore 641001, Tamil Nadu

Contact No. - 9894105256

ஐந்து கரம் கொண்டு
காக்கவந்த முதற்
கடவுளை !
மூலப்பொருளை !
முக்கண்ணன் மூத்த
மைந்தன் !
உன்னை வணங்கினேன் !
வாழ்க்கையில்
வசந்தத்தை தந்தாய் !
வந்த வினை வேரோடு
அழித்தாய் !
வளமான செல்வத்தை
தந்தாய் !
நோய்நொடி இன்றி
காத்தாய் !

ஆத்தங்கரைப் பிள்ளையார் !
அரச மரத்துப் பிள்ளையார் !
மஞ்சளிலே பிள்ளையார் !
மண்ணிலே பிள்ளையார் !
கல்லிலே பிள்ளையார் !
கற்பனையில் பிள்ளையார் !
மனம் உருகி
வேண்டியவரை காக்கும்
பிள்ளையார் !
நம்பிக்கை தரும்
தும்பிக்கையான் !

இறைவா !
என் மனதில் தோன்றும்
கோபத்தைக் கடந்து
வெறுப்பைத் துறந்து
எதிர்ப்பை
எதிர்கொண்டு
ஆணவத்தை மறந்து
அன்பு மட்டுமே
நிலைத்திட
ஆரோக்கியம் பெருகிட
அமைதி எங்கும் நிலவிட
அருள்வாய் என் அப்பன்
ஈசனே !

மௌனமாய் இருந்தால்
மர்மம் விலகும் !
மனதில் தெளிவு
பிறக்கும் !
மற்றவர் சுயரூபம்
புரியும் !
மங்களங்கள்
உண்டாகும் !
மகேசன் அருளுக்கு
பாக்கியம் ஆகலாம் !
மௌன விரதம் சிறந்த
வழி !

அளவுக்கு மிஞ்சினால்
அனைத்தும் பாவம் !
அளவுக்கு மிஞ்சினால்
அமுதமும் நஞ்சு !
தேவைக்கு வைத்துக்
கொண்டு மீதத்தை
பிறருக்குக் கொடு !
அதில் நீ திருப்தி
அடைந்தால்
இறைவன் என்றும்
உன்னுடன் வாசம்
செய்வார் !

அடையாளம் துறப்பது
உண்மையான துறவறம் !
பாராட்டுக்கள்
உண்மையில்லை !
உச்சியில் தூக்கி
வைப்பவர்கள்
கீழே தூக்கிப்போட்டு
விடுவார்கள் எனும்
உண்மையை
உணர்ந்தால்
உன்னுள் இறைவன்
இருப்பதை உணரலாம் !

புகழ் எனும் போதை !

புகழ் எனும் மாயை !

புகழ் எனும் கானல் நீர் !

பிரபலமாகத் தூண்டும் மனம் !

அதில் இருந்து மீள

மனதில் அமைதி நிலைக்க

தன்னலம் இன்றி

பிறருக்கு உதவுவது

இறைவனுக்குச் செய்யும் தொண்டு !

மன அமைதி நிலைக்கும் !

இருள் அகல விழியே
திற !

விழிப்பவர்களுக்கே

விடியல் கிட்டும் !

ஆக கண்ணைத் திறந்தால்

இறைவன் தெரிவான் !

உள்ளும் புறமும் அறிய

முடியும் !

உலகம் புதுமையாகும்

இனிமையாகும் !

நாணயத்தில் இரு
பக்கங்கள் உண்டு !
வாழ்க்கையில் நல்லது
கெட்டது !
பாவ புண்ணியம் !
இன்பம் துன்பம் !
இதைச் சமன் செய்யும்
சக்தி இறைவனுக்கு
மட்டுமே உண்டு !
இறைவனை நாடினால்
மட்டுமே நடக்கும் !

உடல் ஒரு கோயில் !
அதைப் பேணிக்
காத்தால் தெய்வம்
குடியிருக்கும் !
மூச்சு நின்றால் மூன்று
நாள் வைத்திருக்க
மாட்டார்கள் !
மீன் செத்தால் கருவாடு !
நாம் செத்தால் சுடுகாடு !
இறைவன் திருவடியே
புகலிடம் !

வாழ்க்கை
நன்மையாய் !
வாழ்க்கை வசந்தமாய் !
வீடு சொர்க்கமாய் !
நல்வழி காட்டவே
நான்மறையில்
உரைத்திட்டாய் !
என் இறைவா ஈசனே
உன்னடி சரணம் !

பிற மனங்களை
அன்பாலும் பண்பாலும்
வெல்லுவதே
இறைவனுக்குச் செய்யும்
தொண்டு !
இறைவனை அடைய
எளிய வழி அன்பும்
பண்பும் குறையாது
இருப்பதே !

உன்னைச்
சரணடைந்தேன் !
பொன் பொருள்
வேண்டாம் !
பேர் புகழ் வேண்டாம் !
இன்ப துன்பங்கள்
வேண்டாம் !
உன் பாதம் பணிந்தேன் !
நல்வழிப்படுத்திடு !
நல்லதைப் புகட்டிடு !
ஈசா உன் அடி சரணம் !

உனக்கு நீ உண்மையாய்
இருந்தால் !
உலகுக்கு பயப்பட
வேண்டியதில்லை !
என்றும் உண்மை
சொன்னால் !
எதற்கும் மாற்றி
சொல்லத் தேவையில்லை
உண்மை உண்மையாய்
உன்னை
உறுதுணையாய் வந்து
காக்கும் !

தியானம் தினமும்
செய்தால் !
நிதானம் வரும் !
மனமும் ஆன்மாவும்
அமைதி பெறும் !
தியானம் என்பது
ஒன்றை மட்டுமே
சிந்திப்பது !
அது ஈசனாய் இருந்தால்
பேரின்பம் !

பல்லில் சிக்கிய
துகளும் !
கண்முன் சுற்றும்
பூச்சியும் !
காலில் குத்திய
முள்ளும் !
நிம்மதியை இழக்கச்
செய்யும் !
மனதை உறுத்தும்
சிறுசிறு சஞ்சலங்களைப் போக்க
குருவை நாடினால் நல்வழி
பிறக்கும் !

வாசி வசப்பட குருவின்
கடைக்கண் பார்வை
கட்டாயம் தேவை !
குருவின் பரிசம் பட்டு
தீட்சை கிட்டும் !
வாசியால் சுவாசம்
அடங்கும் !
வாசியால் ஆசை
அடங்கும் !
வாசியால் பசி அடங்கும் !
வாசியால் உடல்
சுருங்கும் !
வாசியால் அமைதி
பிறக்கும் !
வாசியால் ஏகாந்தம்
கிட்டும் !

மனம் தெளிவு பெற
குருவை நாடு!
மனம் தெளிந்த பின்னே !
உன்னை உணர்வாய் !
உன்னுள்ளும் இறைவன்
இருப்பதை உணர்வாய் !
அண்டமும் பிண்டமும்
ஒன்று என்று
உணர்வாய் !

எல்லா உயிரும்
தன்னுயிராய்
எண்ணுதலும் !
உதவுதலும் !
இறைவனுக்குச் செய்யும்
தொண்டு !
தொண்டு செய்யச் செய்ய
பாவ புண்ணியங்கள்
மறைந்து !
இறைவனுடன்
இணையலாம் !

உன் பிள்ளை நான் !
நீயே கதி என வந்து
விட்டேன் !
என்னை காப்பது உன்
கடமை !
நல்லது கெட்டது எது
நடந்தாலும் அது உன்
செயலே !
என் அப்பா ஈசனே !
உன் பாதம் பணிந்து !
உன்னைச்
சரணடைந்தேன் !

உலகைப் படைத்தாய் !
உயிரைப் படைத்தாய் !
உடலுக்கு உணர்வு
கொடுத்தாய் !
உள்ளத்திற்கு எண்ணம்
கொடுத்தாய் !
எண்ணங்களை நல்ல
எண்ணங்கள்
ஆக்கிடுவாய் !
எல்லோரும் இன்புற்று
இருக்க அருள் புரிவாய் !
எங்கும் நிறைந்த
பரம்பொருளே !

வாழ்க்கையே பொய் !
காற்றடித்த பை !
பிறப்பு முதல் இறப்பு
வரை !
சேர்த்த சொத்து எல்லாம்
உடன்
வரப்போவதில்லை !
இறுதியில் இறைவனிடம்
சேரும்போது !
வருவது பாவ
புண்ணியம் மட்டுமே !
புரிந்து கொண்டு நடந்து
கொள் !

அடியார்க்கு அடியாரான
என் அப்பன் ஈசனே !
அடங்காதவனை
ஆடவிட்டு அடக்கும்
ஈசனே !
அன்புக்கு என்றும்
அடிமையான ஈசனே !
அண்டத்தைக் காக்கும்
என் ஈசனே !
எங்களைக் காத்து அருள்
புரிய வேண்டும் ஈசனே !

உன் புகழ் பாடி வாழ
வேண்டும் !
அதற்கு உன் அருள்
வேண்டும் !
அருள் புரிவாய்
என்னப்பன் ஈசனே !
உன் பாதம்
சரணடைந்தேன் !
காப்பது உன் கடமை !
மனம் உருகி
வேண்டுகிறேன் ஈசனே !

நோயற்ற காலத்தில்
நிறைய சம்பாதித்தது
உதவப் போவதில்லை !
உயிர் போன பின்னே !
மனைவியும் சுற்றமும்
வாசல் வரை !
மகனும் கொள்ளி வரை !
கடைசி வரை
வரப்போவது பாவ புண்ணியமே !
புண்ணியத்தைச்
சேர்த்தவன்
புன்சிரிப்போடு போவான் !

காலனை
வென்று வாழ !
சித்தர்கள் தந்த
பொக்கிஷம்
வாசியோகம் !
வாசியை குருவிடம்
யாசித்து !
வாசியை சுவாசித்து !
வாசியால் சித்தம்
தெளிவாகும் !
வாசியை நம்பி
வந்தவர்களை
வாழ்விக்கும் வாசி !

ஈதல் இசைபட வாழ
வேண்டும் இறைவா !
முடிந்ததை கொடுத்து
இன்புற வேண்டும் !
பணம் பொருள்
மட்டுமல்ல நல்ல
எண்ணங்கள் கல்வி
கேள்விகளை ஈதல்
இறைவனுக்கு
அர்ப்பணமே !

புகழ் என்னும் மாயை
புத்தியை மந்திக்கும் !
சிந்தித்தால் சித்தம்
தெளிவு பெறும் !
பிறருக்காக வாழ்ந்தால்
பேரும் புகழும் வரும் !
வாழ்வுக்குப் பின்னும்
பெயர் நிலைக்கும் !
எல்லாம் அவன் செயல் !

உன் பிள்ளை என்னை
காப்பது உன் கடமை !
கோபம் தாபம் போட்டி
பொறாமை ஆசா பாசம்
அனைத்தையும் போக்கி !
அன்பையும் பாசத்தையும்
அரவணைப்பையும்
உதவும் குணத்தையும்
என்னுள் உருவாக்கி !
என்னைப் பக்குவப்படுத்தி
காப்பாய் என் அப்பன்
ஈசனே !

வேர்கள் இல்லாத
செடியோ மரமோ பூவோ
காயோ பழமோ இல்லை !
வேராய் நீ இருக்கும் போது
எனக்கென்ன கவலை!
என்னைக் காக்க
வேண்டும் என் அப்பனே
ஈசனே !

பற்றற்று இருந்தால்
மட்டுமே உன்னை பற்ற
முடியும் ஈசனே !
உன்னை பற்றினால்
நீரில் இருக்கும் தாமரை
போல் !
நீரால் தீங்கு இல்லை !
நித்தம் பற்றும் இல்லை !

புண்ணியனே ஒன்பது
வாசலை வைத்தாய் !
பிறப்பின் ரகசியத்தை
அறியாது இளமை
முறுக்கில் இறுமாப்பாய்
இருந்தேன் !
இரத்தம் சுண்டியதும்
இப்போது புரிகிறது !
ஈசனே உன்னை நாடி
வந்து விட்டேன் !
எல்லாம் புரிய வைத்து
என்னை ஏற்றுக் கொள் !
என் அப்பன் ஈசனடி
சரணம் !

புல்லாகிப் பூண்டாகிப்
புழுவாகி மரம் ஆகி
வாழ்ந்தும் உன்னை
அறியச் செய்த இம்
மானிடர் வாழ்வுக்கு
விடை தந்து ஜோதி
வடிவான உன்னுடன்
என்னை இணைத்துக்
கொள் ஈசனே என்
அப்பன் சிவனே !

உயிர் கொடுத்த
அன்னையும் பிதாவும்
முதல் தெய்வம் !
அவர்களைப்
பேணிக்காப்பது
முதற்கடமை !
அரியும் சிவனும்
அப்புறம் தான் !

உலகைப் படைத்தாய்
உலகம் சுழல்வதால் !
கால நேர மாற்றம் மூலம்
உயிர்கள் பிறந்து
வாழ்ந்து மறைவதும் !
உன் வாடிக்கையாகவும்
வேடிக்கையாகவும்
செய்து விளையாடும்
ஈசனே !
உன்னடி சரணம் !

கொடுப்பது தர்மம் !
இருப்பதைக்
கொடுப்போம் !
பொன் பொருளை விட
அறிவை கொடுப்பது
சிறந்தது !
அகிலம் சிறக்கும் !
இறைவனின் அட்சய
பாத்திரம் ஆவாய் !
இறை அன்புக்கு
பாத்திரம் ஆவாய் !

ஆதியும் அந்தமும் ஆன
ஈசனே போற்றி !
ஆணும் பெண்ணும் சமம்
என அர்த்தநாரி போற்றி !
அண்டமே உன் காலடியில்
வைத்துக் காக்கும் தில்லை
அம்பலமே போற்றி !

ஆமைக்கும் நத்தைக்கும்
ஓட்டுடன் தான் வாழ்வு !
வரமா ? சாபமா ?
என்பதை விட அது
அதனுடன் தான் வாழ்வு !
கிடைத்ததுடன்
வாழ்வதும் !
வாழ்வை
நேர்த்தியாக்குவதும்
இறைவன் கொடுத்த
வரம் !
எதுவானாலும்
இன்முகத்துடன்
இன்பமாய் வாழ்வோம் !

படித்தவன் படிக்காதவன்
பணக்காரன் ஏழை என்ற
வித்தியாசம் இங்கு
உண்டு !
இறைவா நீ
உச்சியிலிருந்து
பார்ப்பதால் எல்லாம்
சமமாகவும் தெரிகிறது !
மழையைப் போல்
எல்லோருக்கும்
பொதுவாய் அருளுகிறாய் !

இளமை என்றும்
நிரந்தரம் இல்லை !
இனிமேல் என்றும்
என்னுடன் இணைந்து
இருக்க அருள்வாய்
இறைவா !
என் நேரமும் உன்னை
நினைத்திருக்க
அருள்வாய் இறைவா !
இறுதிவரை உன்
நினைவோடு இருக்க
அருள்வாய் இறைவா !

எல்லாம் என்னுடையது
என்பவன் இருட்டில்
இல்லறம் நடத்துபவன் !
இருப்பவனுக்கு ஒரு
வீடு !
இல்லாதவனுக்கு உலகே
வீடு !
இப்பிரபஞ்சம் என் வீடு
என வாழ்பவன் இறப்பு
பற்றி கவலை அற்றவன் !
இறைவன் அவனுள்
உறைந்திருக்கிறார்.

தவத்தால் எண்ணம்
புத்தி சித்தி அகங்காரம்
அடங்கக் காண் !
குரோதம் லோபம் மோகம்
செயலற்றுப் போக் காண் !
சரியை கிரியை யோகம்
ஞானம் பெறக்காண் !

எங்கும் இன்பம்
விளங்கவே அருள்வாய்
ஆதி சிவனே !
அனைவரும் நோய் நொடி
இன்றி வாழ அருள்வாய்
பரமேஸ்வரனே !
எல்லோரும்
செல்வச்செழிப்புடன்
வாழ அருள்வாய்
சிவனே !
சிந்தையில் நீங்காது நீ
இருக்க அருள்வாய்
அருணாசலனே !

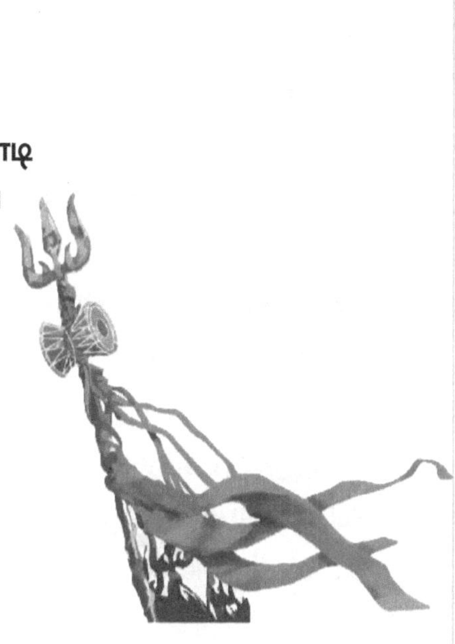

இந்த உடலைத் தந்த
இறைவனுக்கு நன்றி !
உடலும் மனமும் நலமாய்
இருப்பதற்கு நன்றி !
பசியின்றி எல்லா
உயிர்களும் உயிர்வாழ
பசுமையாய் மாறிய
இவ்வுலகிற்கு நன்றி !
எல்லாவற்றையும்
நடத்தும் இறைவனுக்கு
கோடான கோடி
நன்றிகள் !

பிறந்தது இறக்கும் !

இறந்தது பிறக்கும் !

தோன்றியது மறையும் !

மறைந்தன தோன்றும் !

பெருகியது சுருங்கும் !

சுருங்கியது பெருக்கும் !

உணர்ந்தது மறையும் !

மறந்தன உணரும் !

வெறுத்தது விரும்பும் !

விரும்பியது வெறுக்கும் !

எல்லாம் அவன் செயல் !

சின்ன வலியை

தாங்கினால் பெரிய

வலியால் பாதகமில்லை !

சிவன் சோதிப்பார்

கைவிட மாட்டார் !

கவலைகளை சிவனிடம்

விட்டுவிட்டால் !

சிந்தனை தெளிவாகும் !

சித்தம் பிறக்கும் !

ஒன்றாய் ! பலவாய் !
உயிராய் உயிரின்
உயிராய் !
அணுவாய் அணுவுள்
அணுவாய் !
நித்தியமாய் !
நிர்குணமாய் !
சத்தியமாய் !
சத்துவமாய் !
தத்துவமாய் ! வேதமாய் !
பூரணமாய் !
பரிபூரணமாய் !
விளங்கும் ஆதி சிவனே !
அருள்வாய் முக்தி !

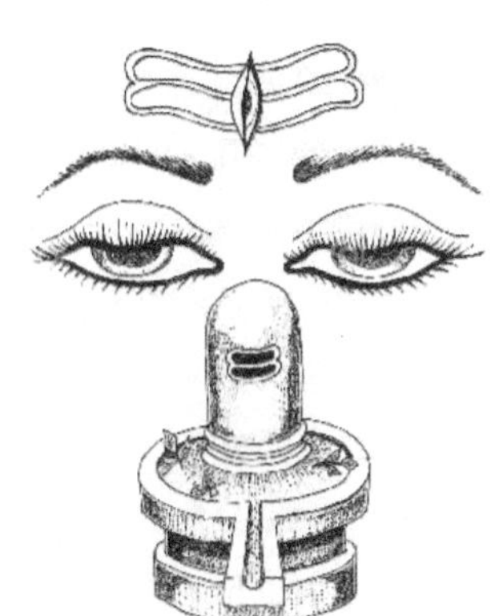

நிம்மதியான வாழ்க்கை !
நிறைவாய்த் தந்தாய்
இறைவா !
நித்தம் நித்தம் உன்னை
நினைத்து நினைத்து
வணங்க வணங்க
நிம்மதி வளருது !
பயம் போகுது !
நீயும் நானும் இணையும்
நாள் விரைவில் வரும் !

வாழ்க்கை ஒரு நாடக
மேடை !
நாம் எல்லாம் அதன்
நடிகர்கள் !
நம்மை இயக்கும்
இயக்குனர் இறைவன்
எனும் ஈசனே !
ஈசனைப் பணிந்து
நடப்பது எல்லாம் அவன்
செயல் என்று
கடமையைச் செய்தால்
கடைசிவரை
பயமில்லை !
ஈசன் அடி சரணம் !

இளமை என்றும்
நிரந்தரம் அல்ல !
இன்று இருப்பது நாளை
இல்லை !
இனிமை நிரந்தரமாக்க
இறைவனிடம் சரண்
அடைந்தால் எல்லாம்
அவன் செயல் !
நாம் ஒரு கருவி என
உணர்ந்தால் !
இனிமை நிரந்தரமே !

எதையும் கொண்டு
வரவில்லை !
எல்லாவற்றையும்
அடைய நினைத்தோம் !
அடைந்தது எல்லாம்
நமக்கு இல்லை !
எதுவும் நிரந்தரம்
இல்லை !
இறைவா எங்கெங்கும்
நிறைந்த இறை
பொருளே என்றும்
அருள்புரிந்து !
என்னை
ஆட்கொள்வாய் !

சித்தர்கள் தந்தவை
சிறப்பானவை !
சிந்திக்கச் செய்பவை !
பெரும் நன்மைகளை
சிறுசிறு சூசகமாய்
சொன்னார்கள் !
சிரசு நிலைக்க
சூசகத்தை உணர்ந்து
செய் !

கடலைத் தேடிச் செல்லும்
வெள்ளம்போல் !
உன்னைத் தேடி
வருகிறேன்
என் அப்பன் ஈசனே !
கடலில் கரைந்த உப்பாய்
நான் உன்னுள் கலக்க
அருள்புரிவாய் ஈசனே !

அளவுக்கு மிஞ்சினால்
அனைத்து செயலுமே
பாவம் !
களவு காமம் கோபம்
சோம்பல் அதிக உணவு
பொறாமை ஆணவம்
அனைத்தும் பாவம் !
எனக்கு வேண்டும்
என்றும் சுயநலமே!
இவற்றைத் தூண்டும்
செயல் !
இறைவா இவை இன்றி
என்னையும் பிறரையும்
காத்திடு !

சொத்து காசு பணம்
சம்பாதித்தால்
இங்கேதான் விட்டுச்
செல்ல வேண்டும் !
கல்வியை சம்பாதித்தால்
பிறருக்குக் கொடுத்துச்
செல்லலாம் !
புண்ணியத்தைச்
சம்பாதித்தால் மட்டுமே
கொண்டு செல்ல முடியும் !

கடவுள்
ஒரு கால கண்ணாடி !
எப்படி நடந்து
கொள்கிறோமா அதையே
பல மடங்காய்த் திருப்பித்
தருகிறார் !
அவர் வைக்கும்
சோதனைகளைச்
சாதனையாக்கிய பின் !
அதை அடைய நம்பிக்கை
அன்பு பொறுமை
முக்கியம் !
எண்ணியதை
எண்ணியாங்கு
எய்துவர் !

உடலை கோயில் ஆக்கி !
உள்ளத்தை
மூர்த்தியாக்கி !
அன்பும் அருளும்
பெருகட்டும் !
அனைவரும் நலம்
பெறட்டும் !
அகிலம் சிறக்கட்டும் !
ஈசன் அருளால்
நடக்கட்டும் !

முடியை மழிப்பதும் !
வளர்ப்பதும் ! வண்ண
உடை அணிவதும் !
உடையைத் துறப்பதும் !
இறைவனை அடையும்
வழி அன்று !
இறை சிந்தனையை
மனதில் நிறுத்தி
பிறருக்கு
நன்மை செய் !
நல்வழிப் படுத்து !
நாதன் நம் உள்ளத்தில்
குடி கொள்வார் !

உலகில் உள்ள அத்தனை
உயிரினமும் உண்ணும்,
உறங்கும், வாழும், சாகும் !
மனிதன் மட்டுமே சிந்தித்தான் !
சிரித்தான் ! சினந்தான் !
செல்வத்தைச் சேர்த்தான் !
அதுவே இன்ப துன்பமானது !
அதிலிருந்து மீள இறைவனை
நாடு !

இயற்கையில் நீக்கமற
நிறைந்திருக்கும்
இறைவா !
கண்ணாடி மாளிகையில்
ஒரு பிம்பம்
ஆயிரமாயிரமாய்
பிரதிபலிக்கும் !
அதுபோல் நீ எங்கும்
பிரதிபலித்திடுவாய் !
என் அப்பன் ஈசன் !
உன்னடி சரணம் !

பாவமும் புண்ணியமும் !
இன்பமும் துன்பமும் !
வரவும் செலவும் !
இரவும் பகலும் !
சமமாய்த் தெரியும்
மனிதன் மனதில்
இறைவன் குடி
கொள்கிறார் !

உலகைச் சுற்றி ஆராய்ந்த
மனிதா !
உனக்குள் பெரும் சக்தி
இருக்கிறது !
உன்னை ஆராய்ந்து பார் !
உன் உள் பேசு !
உன்னை உணர்வாய் !
உன்னுள் ஈசன்
இருப்பதை அறிவாய் !

சித்தத்தை
ஒருநிலைப்படுத்து !
சிந்தாமல் சிதறாமல்
சிந்தி நல்லதை
மட்டுமே சிந்தி !
நாட்டுக்கு நன்மை
செய் !
வடகலை பீண்களை
மூச்சுப் பயிற்சித்து
வந்தால் !
பல ஆண்டு கடந்து
சித்தம்கிட்டும் !
வாசி வசப்படும் !
சித்தம் தெளிந்து
சித்தராய் சிவனாய்
ஆவாய் !

ஆத்திகம் பேசும்
ஆணவக்காரர்கள் !
அவரை அன்பால்
உன் பால் ஈர்க்க வேண்டும் !
அன்பே சிவமாக !
அகிலம் மாற வேண்டும் !
அதுவே நிலைத்திருக்க
வேண்டும் சிவனே !
அன்பே சிவம் !

சுயம்பான இறைவா !
அருவாய் ! உருவாய் !
அருளாய் !
உலகைக் காக்கும் !
என்னப்பன் ஈசனே !
என்னை ஆட்கொண்டு
நல்வழிப்படுத்தி நாளும்
மற்றவர்க்கு உதவி
செய்ய என்னைப்
பணித்த இறைவனே !
ஈசனே உன் பாதம்
சரணம் !

அண்டமும் பிண்டமும்
ஐம்பூதத்தால் ஆனது !
ஐம்பூதம் கட்டுக்குள் வரும்
நாதம் நமச்சிவாயம் !
நமச்சிவாய ! நமச்சிவாய !
எனச் சொல்லச் சொல்ல
தெளிவு பிறக்கும் !
அமைதி நிலைக்கும் !
இறையருள் கிட்டும் !

உடல் வளர்ப்பதும் !
நல் ஒழுக்கம் வளர்வதும் !
மனம் தெளிவு பெறுவதும் !
பல காலமாகும்
ஒரு துளி நஞ்சு அல்லது சிறு
எதிர்மறை எண்ணங்கள்
உடனே நல்லதை
எல்லாம் அழித்துவிடும் !
இறைசக்தி மட்டுமே
இந்நிலையில் காக்கும் !
நல்லதை நினைப்போம்
நல்லதே நடக்கும் !

திருநீறு முகத்தை
அலங்கரிக்கும் பொருள்
அன்று !
சமயத்தின் அடையாளம்
அன்று !
உண்மை உணர்த்தும் !
மனதை
பக்குவப்படுத்தும் !
நீ யார் என்பதனை
உணர்த்தும் !
திருநீறு தரித்தால்
தெரியும் !
உனக்குள் உருவாகும்
மாற்றம் !

அரிதாய் பிறப்பெடுத்த மனிதா !
அறிவைப் பயன்படுத்தி
கருமாவை நீக்கி !
பிறவா வரம் பெற !
அரிய வாய்ப்பு !
உன்னை உணர்ந்து !
அன்பு கருணையுடன் வாழ்ந்து !
பிறருக்கு உதவுவதே வழி !
இதுவே இறைவனை அடையும்
வழி !

மனதை அகலப்படுத்தி
ஆழ உழுது
பக்தியையும் பரிவையும்
விதைத்தால் !
இறைவனை அடையும் வழி !
விதை வளர்ந்து விருட்சமாகும்
போது !
இறைசக்தி உள்ளும் புறமும்
நிறைந்து இருக்கும் !
அன்பும் அருளும்
நிலைத்திருக்கும் !

சிவத்தைப் புறத்தே
வைத்து வணங்குபவர் !
தனக்கு எல்லாம்
வேண்டும் என்பார் !
சிவத்தை அகத்தே
வைத்து பிறருக்காக
வாழ்பவர்கள் சித்தர்கள் !
உலகம் அவர்கள்
வசப்படும் !

ஐம்புலன்கள் எனக்கு
எதிராக சதி செய்யாமல்
கருமங்கள் நான்கும்
நீங்கி !
ஆன்மா பரிபூரணத்துடன்
அடைய !
ஜீவன் சம ஆதி அடைய
ஈசனே உனைப் பற்றினேன் !
அருள்வாய் என்
அப்பனே !

மரத்தில் பறவைகளுக்கு
விட்ட பழம் போல !
பிறருக்கு உதவுவதே
சிவனுக்கு செய்யும்
சேவை !
பிறருக்கு பசி
ஆற்றினால் முற்பிறவி
கர்மாக்கள் கரைந்து
போகும் !

அப்பன் சிவனை
வணங்கி !
அன்றாட நிம்மதி தந்தாய் !
அருளும் தந்தாய் !
அறிவும் தந்தாய் !
அனைவருக்கும் உதவி
செய்தாய் !
அகிலம் சிறக்கச்
செய்தாய் !
அப்பனே சிவனை
வணங்குகிறேன் !
சிவனடி சரணம் !
திருவடி சரணம் !

எங்கும் நிறைந்த
பரம்பொருளே !
என் அப்பன் ஈசனே !
உன்னை வணங்கினால்
தெளிவு பிறக்கும் !
சிவமே எல்லாம் எனப்
புரியும் !
எல்லாம் என் உள்ளே
இருக்கிறது என்று
புரிந்து !
பின் மனம் அடங்கும் !
எல்லாம் சிவமாகும் !

இறைவா இந்த உடலை
தந்ததற்கு நன்றி
உடல் ஆரோக்கியம்
தந்ததற்கு நன்றி
நல்ல சுற்றம் தந்ததற்கு
நன்றி
நல்ல சூழ்நிலையை
தந்ததற்கு நன்றி
நல்ல குடும்பத்தை
தந்ததற்கு நன்றி
நல்ல வாழ்க்கை
தந்ததற்கு நன்றி
நல்லதை செய்ய
வைத்ததற்கு நன்றி
நடந்தது எல்லாம்
நன்மைக்கே நன்றி நன்றி
நன்றி இறைவா

ஒளியின் வடிவில்
ஜோதியாய் !
ஒலியின் வடிவில்
ஓங்காரமாய் !
உலகுக்கு உண்மையை
உணர்த்தும் ஓங்காரப்
பொருளே என் அப்பன் !
ஈசனே உன்னைச்
சரணடைந்தேன் !

பாலின் வாழ்வு ஒருநாள் !
பால் திரிந்து தயிர் ஆனால்
இரண்டு நாள் !
தயிர் திரிந்து
வெண்ணெய் ஆனால்
சில மாதங்கள் !
வெண்ணெய் திரிந்து
நெய்யானால்
பல வருடங்கள்
நிலைத்து இருக்கும் !
ஆன்மாவும் பல
நிலைகளைக் கடந்து
தான் இறைவனை
அடைய முடியும் !
மாற்றத்தை ஏற்றுத்தான்
ஆக வேண்டும் !

அன்பு வடிவான கடவுளே !
உன் அருள் கடலாய் உள்ளது !
உன் அன்பை அள்ள அள்ள
குறைவதில்லை !
உன்னுள் எது கலந்தாலும்
புனிதம் ஆகிறது !
நானும் உன்னுள் இணைய
இறைவா அருள் புரிவாய் !
என்னப்பன் ஈசனே !

துதித்தேன் ! துதித்தேன் !
என் அப்பன் ஈசனை
துதித்தேன் !
கழுத்தில் இருக்கும் பாம்பு
இருக்கும் இடத்தில்
இருந்தால் எல்லாம்
சௌக்கியமே !
என் அப்பன் ஈசன்
என்னைப் பார்த்துக்
கொள்வார் !
துதித்தால் போதும் !

பொன் ! பொருள் ! புகழ்
அடைய அலையும்
மானிடா இம்மையில்
அது போதை தரும் !
மறுமையில் உதவாது !
நல்லதை நினைத்து !
நல்லதை செய்து !
பிறருக்கு
உதவுவதன் மூலமே !
இறையருள் அடைய முடியும் !

நல்லவன் வாழ்ந்தால்
சோதனை செய்து
பார்ப்பார் !
கெட்டவன் வாழ்ந்தால்
கொடுத்துக் கொண்டே
இருப்பார் !
பெரிது செய்தாலும் !
கொடுத்துக் கொண்டே
இருப்பார் !
பாரம் முழுமையான
நிலையில் சிறு இறகு
சேர்ந்தாலும் !
அத்தனையும் மாறும்
இறைவன் கணக்கு
தனி கணக்கு !
நின்று செய்வார் !

தர்மம் செய்தால்
தம்பட்டம் வேண்டாம் !
முகம் சிவக்கும் கோபம்
வேண்டாம் !
பழிவாங்கும் பகையும்
வேண்டாம் !
அமைதி வேண்டும் !
அன்பு வேண்டும் !
பண்பு வேண்டும் !
இறைவா !

வேதம் படித்தவர்கள்
எல்லாம் வேதாந்தி
அல்ல !
வேதத்தைப் படித்தாலும்
படிக்காவிட்டாலும்
வேத நெறிப்படி
நல்லொழுக்கத்துடன்
வாழ்பவனே வேதாந்தி !
அவனுள் ஈசன் என்றும்
வாசம் செய்வார் !

திருநெறியாவது !
பெருநெறியாவது !
குருநெறி பற்றி !
நன்னெறி வாழ்வது !
நாதன் தாள் பணிந்து
வாழ்வது !
நன்னெறி !

ஆசையை அடக்கினால்
ஆனந்தம் அடையலாம் !
சிற்றின்பம் விட்டால்
பேரின்பம் அடையலாம் !
பெரும் கடவுள்
துணை நிற்பார் !
பேரின்பம் அடையலாம் !
ஓம் நமச்சிவாய !

விளக்கு எரிய திரி
வேண்டும் !
மூச்சு இருந்தால்தான்
வாழ்க்கை !
திரி எரிய எண்ணெய்
வேண்டும் !
மூச்சு இருக்க உணவு
வேண்டும் !
எண்ணெய் தங்க விளக்கு
வேண்டும் !
உணவு தங்க உடல்
வேண்டும் !
ஆன்மாவும் உடலும் நன்கு
இருந்தால்தான்
இறைநிலை அடைய
முடியும் !

ஆசை பொன் பொருள்
செல்வம் அளவுக்கு
மிஞ்சினால் நஞ்சு தான் !
நஞ்சுண்ட நீலகண்டா
நிம்மதி நிலைத்திட
நீதான் உதவிட
வேண்டும் !
உன் பால் என்னை ஈர்த்து
கொள்வாய் என்னப்பன்
ஈசனே !

மரணத்தில் வீடு வரை
வரும் உறவுகள் !
வீதி வரை வரும் சுற்றம் !
மயானம் வரை வரும்
நட்பு !
இறுதி வரை வருவது பாவ
புண்ணியங்கள் மட்டுமே !
பாவத்தை களைய
நன்மைகள் செய்திடு
பகவான் காலைப் பற்றிக்
கொண்டால் !
பரந்தாமன்
பார்த்துக் கொள்வார் !

நிலமும் சிவம் ! நீரும் சிவம் !
நெருப்பும் சிவம் ! காற்றும் சிவம் !
ஆகாயமும் சிவம் !
அனைத்தும் சிவம் !
நீயும் சிவம் ! நானும் சிவம் !
எங்கும் நிறைந்திருக்கும்
சிவமே நமசிவாயம் !
நமசிவாய போற்றி !
நமச்சிவாய போற்றி !
நமச்சிவாய போற்றி !

நின்று வழிபட்டாலும் !
உட்கார்ந்து வழிபட்டாலும் !
படுத்து வழிபட்டாலும் !
ஆடிப்பாடி வழிபட்டாலும் !
மௌனமாய்
வழிபட்டாலும் !
வேண்டி வழிபட்டாலும் !
வருந்தி வழிபட்டாலும் !
உருகி வழிபட்டால் !
அருள்புரிவார்
என்னப்பன்
சிவபெருமான் !

காசு பணம் தான்
வாழ்க்கை என ஆன
பின்னே !
காசு பணத்திற்காக
கடவுளிடம் கையேந்தும்
மனிதா !
காசு பணம் இல்லாத
வாழ்க்கை உண்டு !
அதை உண்மையாய்
வாழ்ந்தால் கையேந்த
வேண்டாம் கை தூக்கி
விடுவார் கயிலைநாதன் !

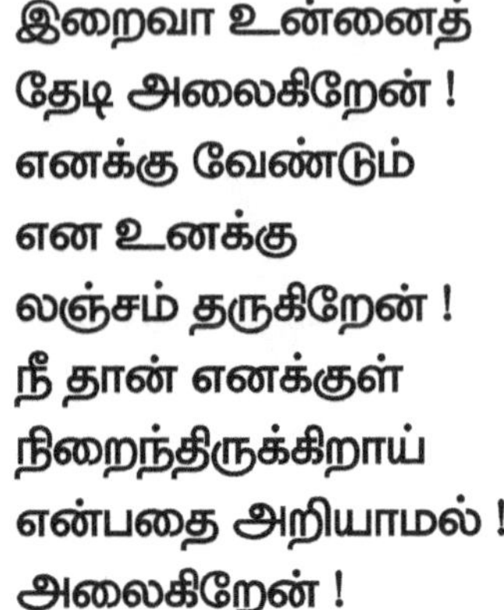

இறைவா உன்னைத்
தேடி அலைகிறேன் !
எனக்கு வேண்டும்
என உனக்கு
லஞ்சம் தருகிறேன் !
நீ தான் எனக்குள்
நிறைந்திருக்கிறாய்
என்பதை அறியாமல் !
அலைகிறேன் !

அகரம் உகரம் மகரம்
பயிற்சிகள் உடலை
வலுவாக்கும் !
உடலை கோயிலாகும்
உள்ளத்தை தூய்மையாக்கி
கடவுளாக்கும் !
வாசியால் வசமாகும் !
சாகாவரம் சித்தியாகும் !

உயிர் கொடுத்த
அன்னையும் பிதாவும்
முதல் தெய்வம் !
அவர்களைப்
பேணிக்காப்பது
முதற்கடமை !
அரியும் சிவனும் அதற்கு
அப்புறம்தான் !

இறைவா உன் அருளால்
பிறவா வரம் வேண்டும் !
உன்னிடம் வரும்
நிலையில் !
உலகுக்கு நான் நல்லதை
விட்டு வரவேண்டும் !
உலகம் பயனடைய வேண்டும் !

குருவின் அருளால்
சரியை கிரியை யோகம்
ஞானம் பெற்று முக்தி
எனும் இறைநிலை
அடைய நல்ல குருவை
தேடி தஞ்சமடைய
வேண்டும்

பற்றோடு இருந்தால்
பாவ புண்ணியம் சேரும் !
ஆசையைத் துறந்தால்
இன்பம் !
பாசத்தை துறந்தால்
சொர்க்கம் !
பற்றற்று இருந்தால்
பரவசம் !
பரமனை அடையலாம் !

மாட மாளிகையும் !
கூட கோபுரமும் !
ராஜ போகமும்
இருந்து !
நிம்மதி தேடி அலையும்
மனிதா!
நிம்மதி உனக்குள்
உள்ளது !
என்பதனை உணர
தூண்டுகோலாய்
தூண்டிவிட குருவின்
அருள் தேவை !
ஆன்ம ஜோதி
பிரகாசமாக எரிய
குருவின் ஆசி தேவை !

உலகில் உயிரோடு வாழ
இத்தனை போராட்டங்கள் !
பிற உயிர்களுக்குத் தீமை
செய்யாமல் வாழ வேண்டும்
என்று நினைத்தாலே !
உலகுக்கே படியளக்கும்
ஈசன் !
நமக்கும் அளப்பார் !
ஈசனைச் சரணடை
நிம்மதி
என்றும் நிச்சயம் !

துவக்கம் உண்டு
என்றால் முடிவும் உண்டு !
பகல் உண்டு என்றால்
இரவும் உண்டு !
பிறப்பு உண்டு என்றால்
இறப்பும் உண்டு !
எல்லாம் சக்கரத்தின்
சுழற்சி !
இருக்கும் வரை
நன்மை செய்வோம்
செய்வோம் !

வெளியே தேடுவதை
நிறுத்தி விட்டு !
உன் உள்ளே தேடு !
அமைதி உண்டாகும் !
ஒளி பிறக்கும் !
அன்பு பெருகும் !
அருள் கிட்டும் !
அகிலம் புரியும் !
அனைத்தும் சித்தியாகும்
இறைவன் அருளால் !

ஆறு மனமே ஆறு !
ஆண்டவன் கட்டளை
ஆறு !
அன்பும் நிறையட்டும்
ஆறு !
பண்பு வளரட்டும் ஆறு !
பாசம் மலரட்டும் ஆறு !
நேசம் வரட்டும் ஆறு !
ஆசைகள் மறைட்டும்
ஆறு !
சைவம் தலை கட்டும்
ஆறு !

மண் ஆனாலும்
பெண்ணானாலும்
ஒன்று !
அறுசுவை ஆனாலும்
கஞ்சி ஆனாலும் ஒன்று !
பட்டுத்துணி ஆனாலும்
கந்தல் ஆனாலும் ஒன்று !
கூட கோபுரம் ஆனாலும்
குடிசை ஆனாலும்
ஒன்று !
அரசன் ஆனாலும் ஆண்டி
ஆனாலும் ஒன்று !
என்ற மனப்பக்குவம்
வந்தால் ஈசனைத் தேட
வேண்டாம் !
ஈசன் உன்னைப் பற்றிக்
கொள்வார் !

எண்சான் உடலில்
ஆத்மா
நிலைத்திருக்க !
ஒரு ஜான் வயிறே
பிரதானம் !
கோடி கோடியாய்
இருந்தாலும் !
உண்ண முடிந்ததை மட்டும்
உண்ண முடியும் !
கேடு இல்லாமல் வாழ !
இறைவன் அளந்து
வைத்தது !

மலைபோல் இன்பம்
வந்தாலும் !
புயல்போல் துன்பம்
வந்தாலும் !
செய்யும் செயலில்
தவறாமல் இருக்க
என்னைப் பக்குவப்படுத்தி !
உன்னை மறவாமல்
இருக்கச் செய்வாய்
எங்கும் !
நிறைந்த பரம்பொருளே !

திருநீறு அணிந்தவர்க்குத்
தீங்கில்லை !
வந்த வினை நீங்கும் !
வருங்காலம் வளமாகும் !
வறுமை இன்றி
வாழ்ந்திடலாம் !
வயதான காலத்தில்
வலிமை கொடுத்திடும் !
எமபயம் போக்கும் !
என்று நிம்மதி
கொடுத்திடும் திருநீறு

ஆசையை அறுத்தவன்
அரைஞானி !
அனைத்தையும் துறந்து
இறைவனைப் பற்றியவன்
ஞானி !
இதுனுடன் உலக
நன்மைக்காக சித்தம்
தெளிந்து சிந்தித்து
செய்பவன் சித்தன் !

வாசியை குருவிடம்
அசித்து !
வாசியை வாசித்து !
வாசியை சுவாசித்து !
வாசமுடன்
வாழ்ந்திடலாம் !
வாழ்க்கையில் நோய்
நொடி இன்றி !
வந்தவருக்கு நல்வழி
காட்டிடலாம் !
வாழ்க்கைப் பயணைப்
பெற்றிடலாம் !

பேச்சிலேயே
கவனம் தேவை !
பேச்சைக் குறைத்து
ஈசனை சிந்தித்தால் !
மனம் நிம்மதியாக !
பின் வம்பு சண்டை இல்லை !
தான் என்ற அகந்தை அழியும் !
போட்டி பொறாமை மறையும் !
பரம்பொருளை அறிய முதற்படி !
பேச்சைக் குறை !

உண்மையாய் நீ
இருந்தால் !
இறைவன் உன்னுள்
இருப்பார் !
உண்மையைப் பேசினால்
மாற்றிப் பேச
வேண்டியதில்லை !
மனசாட்சியை வழி
நடத்தும் !
கர்மா பாவம் சாபம் நீங்கி
புனிதனாய் !
தீட்சை மோட்சம்
சொர்க்கம் கிட்டும் !

உண்ணா நோன்பு
உடலுக்கு சிறந்த மருந்து !
உண்மையில் மறதி
மனதுக்கு சிறந்த
மருந்து !
மன்னிப்போம் மறப்போம்
என்பது மகேசனை
அடையும் வழி !

திருவடி தொட்டு
வழிபட வேண்டும் !
மாதா பிதா குரு தெய்வம் !
திருவடி பற்றினால்
துன்பங்கள் அகலும் !
திருவடி பற்றினால்
தெளிவு பிறக்கும் !
திருவடி பற்றினால்
பேரின்ப வாழ்வு கிட்டும்
திருவடி சரணடைந்தால்
பிறவாமை கிட்டும் !

பணம் பொருள் இன்பம்
தேடி ஓடும் மானிடா
திகட்டும் வரை ஓடு !
திகட்டிய பின்னே !
நிம்மதியை தேடி
ஓடுவாய் !
நிம்மதி உன்னுள்
இருப்பதை உணர்த்த
குருவாய் வருவார் ஈசன் !

எங்கும் நிறைந்த ஈசனே !
ஆக்கலும் காக்கலும்
அளித்தலும் மறைத்தலும்
அருளுதல் எல்லாம்
செய்யும் ஈசனே !
உன் பாதம் பணிந்தேன்
இனி நீயே என் கதி !
எது நடந்தாலும் உன்
செயலே !

இருவர் ஆசையில்
பிறந்தோம் !
ஆசையாய் வளர்ந்தோம் !
ஆசையை நிறைவேற்ற
அனு தினமும்
அலைகிறோம் !
ஆசை பேராசை ஆனால்
ஆபத்து !
ஆசையைத் துறந்தால்
வந்திடும் நிம்மதி !
ஆதிபகவான்
தந்திடுவான் !

முன்னோர்கள் வாழ்ந்த
வாழ்க்கையை
பாடமாக்கி கொண்டு
(பணம் சொத்து சுகம்
சொந்தம் பந்தம்)
கடன்களை
பிள்ளைகளுக்கு
போகாமல்
பார்த்துக் கொள் !
புண்ணியங்கள் தானே
சந்ததிக்கு சென்று
சேர்ந்து விடும் !
எதையும் கொண்டு
செல்ல முடியாது
விட்டுத்தான் செல்ல
வேண்டும் ! கர்மா !

எத்தனை சேமித்தாலும்
நிம்மதி வருவதில்லை !
சேர்க்கும்போது இருக்கும்
நிம்மதியை விட !
கொடுக்கும்போது பார்
உண்மையான
நிம்மதியை !
உடலில் உணவை
சேர்த்து கழிவாய்
வரும்போது தெரியும் !

சிறு சிறு மழைத் துளி
வெள்ளம் ஆகலாம் !
வெள்ளம் ஆற்றில்
கலந்து ஆறு ஆகலாம் !
ஆறு கடலில் கலந்து
கடல் நீர் ஆகலாம் !
நான் என்ற தனித்தன்மை
பிரபஞ்சத்தில் கலக்கும்போது
தனித்தன்மை இன்றி
ஈசனை அடையலாம் !

விதி வலியது !
அதைவிட உன்
மனத்திட்பம் வலியது !
விதிக்கு விதி விலக்காய்
நீ வாழ !
சிக்கெனப் பற்றிக்கொள்
சிவனை !
சிந்தனைகள்
ஒருங்கிணைந்து சித்தர்
சொன்ன வழியே
பின்பற்று !

உலகமெல்லாம்
தேடினாலும் உண்மை
பொருளை அறிய
முடியாது !
பக்தி ! பூசை ! சடங்குகள் !
மன அமைதியைத் தரலாம் !
உன்னுள் தேடத் தேட
ஐம்புலன்கள் அடங்கும் !
ஐயமின்றி உணர முடியும் !
உண்மைப் பொருளை !

தரிசனம் தாராயோ ?
தரிசனம் தாராயோ ?
தவமாய் உன்னை
தொழுதேன் !
உன் தயவால் !
பிணிகள் போக்கவே
தரிசனம் தாராயோ !
உலக நலனுக்காக
தரிசனம் தாராயோ ?
மக்கள் செழித்து வாழ்ந்திட
தரிசனம் தாராயோ ?
நிறைந்த இறைவா !

கடலோரம் அலைகள்
ஓய்வதில்லை !
ஆழ்கடலில் அலைகள்
இல்லை !
ஆசையுள்ள மனதில்
அமைதி இல்லை !
ஆசையைத் துறந்தால்
எங்கும் அமைதி !
உன் மனதை
உணர்ந்தால் உன்னுள்
இருப்பான் ஈசன் !

போற்றுவோர் போற்றட்டும் !
தூற்றுவோர் தூற்றட்டும் !
நான் உன்னை
தொழுவேன் !
நின் அருளாலே உன்னை
சரணடைந்தேன் !
நித்தம் நித்தம் நிம்மதி
தந்தாய் !
ஈசனே ! என்னப்பனே !
சரணம் ! சரணம் !

உப்பை உண்டவன்
தண்ணீர் குடிப்பான் !
நாத்திகம் பேசும்
நாயகர்கள் !
நம் கடவுளைப் புரியும்
வரை !
நல்வழி வாய்க்கப்
போவதில்லை !
அவித்த வித்து
அறுவடைக்கு
வரப்போவதில்லை !
பக்தி அற்றவர்க்கு
சித்திகிட்ட
போவதில்லை !

சத்தியம் நீயே
சர்வேசா !
சகலமும் நீயே
சிவனேசா !
சீக்கிரம் அருள்வாய்
சர்வேசா !
சக்தி தருவாய்
சிவனேசா !
சங்கடம் போக்கும்
சர்வேசா !
சீக்கிரம் வருவாய்
சிவனேசா !

உலகில் கடவுள் எல்லாம்
கொடுத்துள்ளார் !
உலகில் உள்ளதை
வைத்துத்தான் எதுவும்
கிடைக்கும் !
நீ எதைத் தேடுகிறாயோ
அது கிடைக்கும் !
கிடைக்கும் வரை
பொறுமையும்
தேடலையும் தொடர
வேண்டும் !

முதுகுத்தண்டின் முடிவில்
ஆரம்பிக்கும் மூலாதாரம்
வயிற்றின் அடி
நிலைகொண்ட
சுவாதிஷ்டானம்
வயிற்றுக்கு மேல்
நிலை கொண்ட
மணிபூரகம் நெஞ்சில்
நிலைத்திருக்கும்
அனாகதம்
தொண்டைக்குழியில்
சூழலும் விசுத்தி
புருவமத்தியில் பின்புறம்
அமைந்த ஆக்கினை
தமரும் வாசலைத் தலை
உச்சியில் திறக்கும்
துரியம் நம்மை ஆட்சி
செய்யும் சக்கரங்கள்
ஆட்கொண்டவன் சித்தன்

உன் வாழ்க்கையை
மற்றவர்களிடம்
ஒப்பிடாதே !
இறைவன்
ஒவ்வொருவருக்கும் ஒரு
விதியை வைத்துள்ளார் !
ஒவ்வொரு செயலுக்கும்
எதிர்வினை உண்டு
என்பதை மறவாதே !
நீ மறந்தாலும் இறைவன்
மறப்பதில்லை !

உயிர் கொடுத்த தெய்வம்
அம்மையப்பன் !
குருவின் ஆசி இருந்தால்
எதையும் கற்கலாம் !
குலதெய்வம் அருளால்
குலம் செழித்து
தழைக்கும் !
ஈசனை உணர்ந்து
அடைந்தால் முக்தி
கிட்டும் !

ஆதி சிவனே
அண்டமெல்லாம்
காப்பவனே !
சித்தர்கள் எல்லாம்
சித்தனாய் !
அரசனுக்கு எல்லாம்
அரசனாய் !
அடியார்க்கெல்லாம்
அடியாராய் !
உன் அருளால் உன் தாள்
பணிந்தேன் !
என்னுள் நிறைந்த
ஈசனே !

உயிர் கொடுத்த அம்மை
அப்பனுக்கு சரணம் !
ஞானம் கொடுத்த
குருவுக்கு சரணம் !
குலம் காக்கும் குல
தெய்வத்துக்கு சரணம் !
முதற் பொருளாய்
விளங்கும்
விநாயகனுக்கு சரணம் !
உலகைக் காக்கும் எந்தன்
ஈசனுக்கு சரணம் !
உங்கள் திருப்பாதம்
சரணம் அடைந்தேன் !
நல்லது கெட்டது எல்லாம்
உங்களால் !
என் கையில் ஏதுமில்லை
பராபரமே !

இயற்கையின் சக்தி
இணையற்றது !
இதில் ஒரு பொருளும்
உன்னோடு
வரப்போவதில்லை !
எதையும் உருவாக்க
முடியாது !
உருமாற்றம் மட்டுமே
செய்யமுடியும் !
எல்லா முடிவுகளும்
இறைவன் கையிலே
உள்ளது !

வாசியால் மனம் ஒரு
நிலைப்பட்ட அப்பா !
மனம் புத்தி சித்தம்
அகங்காரம் கட்டுக்குள்
வந்தது அப்பா !
காமம் குரோதம் லோபம்
மோகம் இல்லாது போன
அப்பா !
சரியை கிரியை புரிந்தது
அப்பா !
கர்மா காணாமல்போன
அப்பா !
குருவின் அருளால்
அப்பா
அப்பா என்
பரம்பொருளே அப்பா !

மெய்ப்பொருள் அடைய
கோபத்தை ஆணவத்தை
அகங்காரத்தை
விட்டு விடுங்கள் !
கடனை கடமையை
முடித்து விடுங்கள் !
செய்வதை திருந்தச்
செய்யுங்கள் !
பொறுமையாய்க்
காத்திருங்கள் !
மெய்ப் பொருளாம்
ஈசனை அடையலாம் !

சுத்த தங்கம் என்றாலும்
சோதிக்காமல் ஆபரணம்
செய்ய முடியாது !
இறைவன் சோதிப்பது
உனக்கானது தரத்தான் !
உறுதியுடன் நம்பு
இறைவன்
கைவிடமாட்டார் !

அலைகள் ஓய்வதில்லை
எண்ணமும் செயலும்
ஓயாமல் உன்னை சுற்றி
வருவது நீ அறியாயோ
பராபரமே !
உன்னை பற்றாமல்
நானும்
ஓயப்போவதில்லை !

நிம்மதியைத் தேடி நித்தம்
அலைந்தாலும் !
நிம்மதி எங்குமில்லை !
உன் உள்ளே உள்ளது !
உணரும் போது
அமைதியின் உன் உள்ளே
உருவாகும் !
அன்பு பெருகும் !
அருள் கிட்டும் !
திருவடி அருளால் !

குறையைக்
காண்பவர்க்கு நிறை
இல்லை !
நிறையை காண்பவர்க்கு
குறை இல்லை !
கல்லைக் கண்டால்
கடவுள் இல்லை !
கடவுளைக் கண்டால் கல்
இல்லை !

ஓம் எனும் மந்திரத்தில்
ஓராயிரம் அர்த்தம்
உண்டு !
ஓம் எனும் மந்திரத்தை
மனதில் நிறுத்தி !
ஓம் எனும் மந்திரத்தை
சுவாசமாக்கினால்
ஓம் நமசிவாய உன்
வசப்படும் !

ஆதி சிவன் தந்த
தமிழ்மொழி அகரம் முதல்
எழுத்தானது !
அகரமும் உகரமும்
இணைந்து மகரம்
ஆனது !
ஆணும் பெண்ணும்
இணைந்து பிள்ளை
ஆனது !
இறைவனின் படைப்பை
மிஞ்சி எதுவும் இல்லை !

துவக்கம் என்று ஒன்று
இருந்தால் முடிவும்
உண்டு !
பிறப்பு என்று ஒன்று
இருந்தால் இறப்பு
உண்டு !
நாம் எல்லாம் உலகில்
பயணிக்க வந்த
பயணிகளே !
இங்கிருந்து எதையும்
கொண்டு செல்ல முடியாது !
ஆனால் உன் பெயரை
விட்டுச் செல்ல முடியும் !
எப்படி என்றால் பிறருக்கு
நன்மை செய் !
பலருக்கு உதவி செய் !
உன்னை நீ சரி செய் !

உடல் தூய்மை !
உள்ளத்தூய்மை !
உன்னருளால்
கிட்ட வேண்டும் !
உடல் தூய்மை
உள்ளத் தூய்மையால்
சுற்றம் தூய்மையாகும் !
எங்கும் இறை அருள்
பெருகட்டும் !

எத்தனை இடர்கள் வந்த
போதும் !
எத்தனை தடைகள்
வந்த போதும் !
அத்தனையும் உன்
அருளாலே மறைந்து
போக கண்டேன் !
இறைவா உன் பாதம்
பற்றினேன் !
எனக்கு எந்த பயமும்
இல்லை !

நினைப்பதெல்லாம்
நடந்துவிட்டால் !
நீ இருப்பதை மறந்து
விடுவார்கள் என்று
முடிவை உன் கையில்
வைத்துக்கொண்டாயே
இறைவா ?
அதற்கு அஞ்சேன் !
உன் கையில் நான்
இருக்கும் போது
எனக்கென்ன பயம் !

மனம் உறுதியானால் !
தெய்வ பலம் கூடும் !
பிணியை கண்டு அஞ்ச
மாட்டார் !
மரணபயம் அண்டாது !
பெற்ற செல்வம்
இழந்தாலும் கவலை
கொள்ளார் !
கருமமே
கண்ணாயினார் !

உள்ளத்தில் உணர்வு
முழுதும் என் அப்பன்
இருக்க !
உள்ளத்துக்கு கேடு
இல்லை !
உழைப்பும் செயலும்
உலக நன்மைக்கே
அமையும் !
என்னப்பன் அருளாலே !
அவன் பாதம்
பணிந்தேனே !

உயிர் கொடுத்த
அப்பனுக்கு சரணம் !
ஞானம் கொடுத்த
குருவுக்கு சரணம் !
குலம் காக்க குல
தெய்வத்துக்கு சரணம் !
முதற் பொருளாய்
விளங்கும்
விநாயகனுக்கு சரணம் !
உலகைக் காக்கும் எந்தன்
ஈசனுக்கு சரணம் !
உங்கள் திருப்பாதம்
சரணம் அடைந்தேன் !
நல்லது கெட்டது எல்லாம்
உங்களால் !
என் கையில் ஏதுமில்லை
பராபரமே !

ஆதி சிவனே
அண்டமெல்லாம்
காப்பவனே !
சிதத்தர்கள் எல்லாம்
சித்தனாய் !
அரசனுக்கு எல்லாம்
அரசனாய் !
அடியார்க்கெல்லாம்
அடியார் !
உன் அருளால் உன் தாள்
பணிந்தேன் !
என்னுள் நிறைந்த
ஈசனே !

தவத்தால் எண்ணம் புத்தி
சித்தி அகங்காரம்
அடங்கி கான் !
குரோதம் லோபம் மோகம்
செயலற்றுப் போக கான் !
சரியை கிரியை யோகம்
ஞானம் கிடக்கான் !

குருவே சரணம் !
குருவே சரணம் !
கவலைகள்
போக்கினாய் !
நல்வழி காட்டினாய் !
கருமங்கள் நீக்கினாய் !
இறை வழி காட்டினாய் !
குருவே சரணம் !
குருவே சரணம் !